காலத்தை வருடும் கவிச்சாறு

LATHA RAMACHANDRAN

MARK-FLY
PUBLISHERS

First Edition: May 2021

Published by,
Mark-Fly Publishers, Coimbatore, India.
www.markflypublishers.com
Contact: +91-7708715053,
E-mail: info@markfly.in, markflypublishers@gmail.com
Marketed by: Mark-Fly Ventures

Cover Design by: Komal Lalwani
Edited by: Markfly Publishers
Typeset by: Komal Lalwani.

ISBN: 978-81-94771463

காலத்தை வருடும் கவிச்சாறு

by

LATHA RAMACHANDRAN

நன்றியுரை

வாக்கிலும் வாழ்விலும் உணர்வாய் கலந்திருக்கும் இறைவனுக்கு முதற்கண் நன்றியினை உறித்தாக்குகிறேன். வாழ்வில் விழும் போதெல்லாம் எழுந்து முன்னோக்கி நடக்க கற்றுக்கொடுத்து இத்தொகுப்பை வெளியிட ஊக்குவித்த என் பெற்றோர் திரு ராமச்சந்திரன், திருமதி அமிர்தவள்ளி மற்றும் சகோதரி தமிழரசி அவர்களுக்கு என் மனம் நிறைந்த நன்றிகள். கவிதை எழுதுவதில் நாட்டம் அதிகரிக்க காரணமாக இருந்து ஊக்கமூட்டிய நண்பர்கள்,ஆசிரியர்கள், உறவினர்கள், சக ஊழியர்கள் மற்றும் நலம் விரும்பும் அனைவருக்கும் நெஞ்சார்ந்த நன்றிகள். எனக்குள் கவிதை இயற்றும் திறன் இருப்பதைக் கண்டறிந்த என் தோழிகள் பிஷாயர், கீர்த்தனா அவர்களுக்கும் ஊக்கமூட்டிய திருமிகு நிஷா அகஸ்டியன் அவர்களுக்கும் இன்றளவும் ஊக்குவிக்கும் திருமிகு

லோகேஸ்வரி அவர்களுக்கும்
பிழைத்திருத்தம் செயலில் உதவி,
ஊக்கமளித்த திருமிகு கீதா தேவி
அவர்களுக்கும் உளமார்ந்த நன்றிகள்.
புத்தக வெளியீட்டு செயல் முறையில் பல
தகவல்கள் வழங்கி வழிகாட்டியாக
திகழ்ந்த மார்க் ஃப்ளை பதிப்பக (Mark Fly
Publishers), நிர்வாக இயக்குனர் திரு அக்ஷய்
ஷர்மா அவர்களுக்கும்
பதிப்பாசிரியர்களுக்கும் மற்றும் குழுவைச்
சேர்ந்த அனைவருக்கும் மனமார்ந்த
நன்றியினை உறித்தாக்குகிறேன்.

காணிக்கை

வாழ்வில் பல சருக்கல்களை சந்தித்தாலும்
துணிச்சலுடன் போராடி ஒவ்வொரு
கணமும் வாழ்வை ரசித்து வாழும்
ஒவ்வொருவருக்கும் இத்தொகுப்பு
சமர்ப்பணம்

கவிதைகள்

உள்ளடக்கம்

'மயங்கும் மனம்'

இதழ்கள் சிரிக்க,

இதயங்கள் திறக்க,

உள்ளே ஊடுருவி,

உணர்வுக்குள் சென்று,

இனம்புரியாத இன்பத்திற்கு

உருவங்கொடுத்த

இன்னிசைக்கு,

மயங்காத

மனிதர் உண்டோ?

'சங்கீத சாரம்சம்'

ஸ்வரங்களால் தொடுக்கப்படும்

கீர்த்தனைகள்,

சங்கீதத்தின்

நிலைபெயராத

சாம்ராஜ்யம் அன்றோ!

'கவி உதயம்'

இயற்கையும் இசையும்

ஒன்றாக

இணையும் பொழுது,

கவிதை ஜனனமாகும்.

'விவசாயக் கலை'

ஏர் பிடிக்க
தினமெழுந்து,
நீர் எடுத்து நிலமுழுது;
செவிக்கினியப் பாட்டு தொடுத்து,
சிங்காரமாய் பாடி வந்து;
நிலமதில் நெல் விதைத்து,
உள்ளமதை அதன் மேல் வைத்து;
அணைக்கட்டி பயிர் காத்து,
ஆரவாரத்துடன் அறுவடைச் செய்து;
உவகைக் கொண்டு வணிகம் செய்து,
உலகிற்கே உணவளிக்கும்
உயரிய உழவாண்மை;
வேலாவலயத்தின் கலாபூர்வமான,
கலை அன்றோ!

'இசைக்கு இணங்கும் கண்ணிமைகள்'

காற்றும் காடும்
இசையமைக்கும் பொழுது,
கற்பனையும் கண்ணிமையும்
சுதி சேர்க்கும்.

'மறவோனின் மஞ்சுவிரட்டு'

தமிழ் பெண்ணின் வீட்டில் வளரும்

காளையை

களத்தில் தழுவி,

கலை வீரத்துடன் அடக்கி;

வெற்றி வாகை சூடி,

வேங்கை போல வலம் வந்து;

அப்பெண்ணை,

அம்மண்ணில் மணமுடித்து;

அக்கணமுதல் அப்பெண்ணை மனதில்
ஆளும் ஆண்மகனின் -

வீரமும் வீரியமும்,

விறுவிறுப்பான செயலும்;

தமிழ் மண்ணிற்கு பெருமை சேர்க்கும்,

பாரம்பரிய கலாச்சாரத்தின்

அங்கம் அன்றோ!

'மாலை நேர மஞ்சுளக் காட்சி'

அடர்ந்த வனத்தில்,

ஆசையோடு பயணித்தேன்.

ஆகாய சூரியனின்

அக்னி ஒளிக்கு

தயக்கமின்றி தடையிட்டது,

தளர்வடையா மரக்கிளைகள்.

அந்த மஞ்சுள மரங்கிளைகளில்

மனோகரமான மாலைக்காட்சித்
தென்பட்டது.

திசைகளை மறைத்த மரக்கிளைகளில்

திரவியமிருப்பது போல தெரிகிறதே!

அவை என்ன?

மரங்களுக்கு புதிதாக காதுகள்
முளைத்ததா என்று வியந்தேன்.

வியந்த நெஞ்சத்திற்கு

விளக்கம் கொடுத்தது

அந்த சித்திர காட்சி.

உணர்ந்தேன் உண்மையை

வளர்ந்தது காதுகள் இல்லை,

வசீகரிப்பது வௌவால்கள் என்று!

'பத்திரப்படுத்து மனிதா பத்திரப்படுத்து'

மொட்டு தாமரை

இதழ் விட்டு பூக்க,

தொட்டு தழுவியது,

சொட்டு தேன் துளி.

தட்டு போல தொடர்ந்து நிற்கும் கார்மேகம்,

திட்டில் நின்று பார்க்கும் பொழுது தேர்கோலம்;

தொட்டில் குழந்தை சிரிக்கும் பொழுது சூர்யோதயம்,

தோகை மயிலாடும் பொழுது பேரானந்தம்.

சிறை பிடித்தாலும் சிதறி ஓடும் நீரருவி,

சிறகடித்து பறந்து செல்லும் சிட்டுகுருவி;

விட்டு விட்டு மின்னும் விண்மீன்கள் ஒளி,

விடாமல் வீசும் தென்றலின் இசைமொழி.

படைப்புகள் யாவும்
கண்கொள்ளா அழகு!
மனிதா பத்திரப்படுத்து
பக்குவமாய் பத்திரப்படுத்து!

'இரவை உரசும் கதாநாயகன்'

விண்ணில் வீற்றிருக்கும் வெண்ணிலவே!
இருளுக்கு ஒளியூட்டும் உன்னை
கண்டதாலோ என்னவோ தெரியவில்லை,
இளங்காற்றின் திசைக்கண்டு
கிளைகளெனும் விரல்களை விரித்த மரம்,
உன்னையும் சுற்றிக்கொண்டது!

சாளரத்தின் ஓரம் சாய்ந்திருக்கும் நேரம்,
மேல்நோக்கிய கண்கள் விரித்தன.
விசாலமான வானம்,
விருந்தளித்த காட்சியில் மலர்ந்தது மனம்.
வெண்மதியே! உன் அழகில் மன
வேதனை விலகிச் சென்றது
உன்னைக் கண்டதால்,
உணர்வுகள் புத்துயிர் பெற்றது.

'வரம் பெற்றாயோ?'

மழையே!

நீ,

மலர் இதழ்மீது

பட்டு தெரித்ததும்,

இதயம் ஒரு கணம்

விட்டு துடித்தது!

'கற்பனைக்கு தூண்டில்'

ரம்மியமான நிலவும்
ரசிக்க வைக்கும் காற்றும்
கனவுக்கு மட்டும் அல்ல
கற்பனைக்கும் தூண்டில்
போட்டு விடுகிறது!

'இசைக்குதே இயற்கை'

செங்கதிரின் சாயத்தில் வானம் சிவக்க,

செந்தமிழின் மோகத்தில் ஞானம் பிறக்க,

செடியுடன் கவி பாடும்

சிட்டு குருவியின் சிறகுகளில்

சிக்கிக் கொண்ட மழைத்துளி மண்ணை
துளையிட,

அங்கு ஒலித்த ஆலய மணி ஓசையில்
ஆழ்ந்த மனம்,

இன்னும் மீளவில்லை.

'அசராத அதிசய படைப்பு'

இனிய வேளையில்,
இன்பச் சாரலில்,
இதமானக் காற்றில்,
இளைப்பாறும் மரங்கள்-
பல தலைமுறைகளின்
கதைகளுக்கு செவிசாய்த்தும்,
நிலைகுலையாது நிற்கின்றன!

'மந்திரிகள் இடையில் அரசன்'

சூரியன் விடை பெறும்

அக்கணம், வானமெங்கும்

தோரணம் தொடுத்தது

நட்சத்திரம்.

சத்தமில்லா சந்திரனோ,

மேக கூட்டங்களின் திரைகளை

மெதுவாக நீக்கி

இதமாக எட்டிப் பார்த்தது,

மண்ணுலகின், மாய மாற்றங்களை!

'பார்வையை கவரும் பனிப்போர்வை'

திரும்பும் திசையெங்கும்

போர்வை போர்த்தியது போல இருக்கிறதே,

தேவதையின் வருகையா?

என்று நயந்த கண்களுக்குள் நகர்ந்தது பதில்.

கண்களை கவர்ந்தது

காற்றோடு ஒளி வீசும் தேவதையில்லை,

காற்றோடு மொழி பேசும் பனிமூட்டம் என்று!

பிரதிபலிக்கும் இயற்கை'

இதமான காற்று இரவோடு உரச,
கடலோர அலைகள் கடலையே அலச;
விண்ணிலிருந்து புறப்பட்ட மழைத்துளி
நிலம்தொட்டு ஒலியெழுப்ப,
தேன்துளி மலரிடம் போராடி வெளியே மீள;
வார்த்தைகள் அழகாக அணிவகுக்க,
அர்த்தங்கள் ஆரவாரமாக உருவெடுக்க;
அங்கே தடைப்பட்ட இதயம்,
வியந்துதான் போனது-
இயற்கையின் பிரதிபலிப்புக்களை கண்டு!

'உருக்குலைக்கப்பட்ட நம்பிக்கை'

உணவு அளிக்கிப்படுகிறது என்றதும்
அழைப்புக்கு ஆனந்தமாய்
ஓடி வரும் உயிரினங்கள்,
உணவுக்குள் நஞ்சு இருக்கும்
கதை தெரியாமல், கண நேரத்தில்
அழிந்து விடுகின்றன!

உணவு என்ற பெயரில்
உருக்குலைத்தது, உயிர்களை மட்டுமல்ல.
உயிரினங்களின் உன்னதமான,
நம்பிக்கையையும் தான்!

'பேரின்பத்திற்கு வித்திடும் இயலுலகு'

வானத்தை விண்மீன்கள் அலங்கரிக்க,
நிலவு அதற்கு ஒளி சேர்க்க,
அந்த பிம்பம் கடலில் விழ,
காலத்தின் வேகம் கனிசமாக குறைய,
இந்த நொடி இன்பம்
இதில் இருக்க,
வேறென்ன வேண்டும்
உலகில் பயணிக்க!

'சிந்தித்தால் சேதமில்லை'

தூண்டிலுக்கு சிக்காத மீன்தான் இயற்கை.

மாண்டு போகிறதே,

மனிதனின் வீண் ஆசையால்.

இன்று மீட்டெடுக்கத் தவறினால்,

நாளைய **தலைமுறையை** தேற்றியெடுக்க,

எதுவும் மிச்சம் இருக்காது.

சிந்திப்போம் சேதாரத்தை தவிர்ப்போம்!

'நெஞ்சை துளையிடும் கவண்'

நிதர்சனமான உண்மையை

சரித்திரமாகும் வரை

சாதாரணமாக விடுவதால்,

விளைவின்போது அதன் வீரியம்

அதிகமாகவே இருக்கிறது!

'எண்ணிலடங்கா கதைகள்'

காலம் கற்று தந்தவை,

காலங்கள் மாறினும் கதைகளாக
நினைவில் இருக்கிறது.

எனினும், எத்தனை காகிதம் இருந்தும்,

அவற்றை எழுத்தில் அடக்க இயலவில்லை!

'இரு முனைகள்'

நிஜத்திற்கும் நிழலுக்கும் உருவங்கள்

ஒன்று போல   இருந்தாலும்,

அவை வெவ்வேறு துருவங்களே!

'நேரம் போதவில்லை'

ஆழ்கடலோரம்

கடமை செய்ய

ஆழ்ந்திருக்கும்போது,

ஆழ்மனதில் எழும் கேள்விகளுக்கு,

பதில் தேட நேரம் போதவில்லை!

'நிலையில்லா நிலை'

விலையில்லா உலகில்

எதுவும் நிலையில்லை என்பதற்கு

உண்ணதமான ஓர் உதாரணம்,

வடிவங்களை மாற்றிக் கொள்ளும்
வெண்ணிலவுதான்!

'வலி பெறும் வலு''

எழுதப்படாதக் காவியங்களும்,

சொல்லப்படாதக் காயங்களும்,

அதீத அர்த்தங்களை

உள்ளடக்கிக் கொண்டிருக்கும்!

'மொழியியலின் வல்லமை'

மனதில் இருக்கும் மொழியை,

விழி

பார்த்துக் கண்டறிபவன் - உளவியலாளன்.

வலியில் இருக்கும் மனதை,

மொழி கோர்த்துக் கண்டறிபவன்,
மொழியியலாளன்.

'தவிர்க்க வேண்டிய கனம்'

தலைமேல் கனம் இருந்தால்

அந்த கனத்தைத் தாமாக இறக்கி வைக்க
வேண்டும்.

அதனை தலையாயக் கடமை
என்றெண்ணி

அதன் பிறகே வெற்றி வாசலின் திறவுகோல்

கண்களுக்கு தென்படும்!

'பரபரப்பு'

ஓடுகிறோம், எங்கென்று தெரியவில்லை,

உழைக்கிறோம், ஏனென்று புரியவில்லை,

குடும்பத்திற்காக உழைக்கிறோம். ஆனால்,

குடும்பத்தோடு சேர்ந்திருக்க மறக்கிறோம்;

சமுதாயத்தில் அங்கமாகிறோம். ஆனால்,

பொது நலம் பற்றிய சிந்தை இல்லாமல்
சங்கமிக்றோம்.

இத்தகைய பரபரப்பான காலக்கட்டத்திலும்,

பக்குவம் மேம்பட்டிருக்க

அன்பும் அனுபவமும் இன்றும்

போராடுகின்றன.

ஆனால் அவற்றின் நிலை?

அன்பு அங்கீகாரம் இழந்து,

அனுபவம் அலட்சியப்படுத்தப்பட்டு
சிதைகின்றன!

இச்சிதைவால் ஏற்படும் சேதம்,

ஆபத்தை பரிசாக்கும் என்பதை

உணர நேரமின்றி ஓடுகிறோம்;

இப்பரபரப்பான சூழலில்,

சுற்றியிருக்கும் அற்புதங்களை

கண்ணாரக் கண்டு

களைப்பார நேரமின்றி உழைகிறோம்!

'அறிவுக்கடல்'

அகரத்தின் ஆரம்பம்,

ஆக்கத்தின் மூலதனம்;

அனுபவமோ ஏராளம்,

அன்போ தாராளம்;

அபினயத்துடன் கற்பிக்கும் குணம்,

அவர்களின் தனித்துவம்.

அவர்களுக்கு அனைவருமே ஓரினம்

அளவில்லா பண்போடு

அகிலத்தையே நம்முன்

அள்ளி வைக்க எண்ணும் அவர்கள்,

அறிவுக்கடலின் எல்லை!

'கல், கடைசி வரை கல்'

கல், கடைசி வரை கல்

கற்றுக் கொள்ள பாரில் பல இருக்கு

உற்று கவனித்து கற்றுக்கொள்.

ஆசான் வயதில் சிறியவன் எனினும்,

வாக்கில் ஆழம் இருந்தால்,

மாணவனாக மாறிவிடுவதில் தவறில்லை.

கற்றுக்கொள்ள மனதில் தடையில்லை என்றால்

வயதிலும் தடையிருக்காது!

ஆசான் எங்கே?

ஆழ்மனதிற்க்கும் ஆழ்கடலுக்கும் இடையில்

நம் சிந்தனையை தூண்டிவிடும்

நாம் சந்திக்கும் அனைவரும்

அந்த தருணத்தில்

ஆசிரியர்கள் தான்!

'செழுமையடைந்த மொழிகளின் சிறப்பம்சம்'

இலக்கியங்களை இலக்காக்கி,

இலக்கணங்களால் இயங்கும் மொழிகள்;

வரலாற்றின் மாய வாயில்கள்.

'கண்ணீரின் கதை'

என் கண்ணீருக்கு

மட்டும் தான்

தெரியும்

என் காயத்தின் கதை.

என் கண்ணீரை உணர்ந்தால்,

என் வலியின் ஆழம் புரியும்;

என் வலியின் ஆழம்

புரிந்தால்,

வலிக்கு பின் இருக்கும்

கதையும் புரியும்.

'புவியும் புதிரும்'

உலக நியதியா என்று தெரியவில்லை

நன்மையும் தீமையும்

இணைந்து செயல்படக் கூடிய

பிரபஞ்சத்தில்,

நன்மை விளைவிக்கும் ஆற்றல் எதற்கு உண்டு

என்பது சிந்தைக்கு எட்டும் பொழுது,

அந்த அரும்பொருள்

கையை விட்டு விலகி விடுகிறது.

இந்த முரண்பாட்டில்,

அப்பொருளின் பிம்பம் மட்டும் அவ்வபோது வந்து செல்கிறது.

புரியா உலகில் யாவும் புதிரே!

'ஏற்க இயலா
ஏமாற்றம் தந்த வலி'

கல்லாக இருந்திருந்தால் கரைந்திருப்பேன்.

கண்ணாடியாக இருந்திருந்தால்,

நொருங்கி இருப்பேன்.

என் செய்வேன்

எந்தன் நிலை எண்ணி நிலைக்
குலைந்தேன்.

மௌனமாக இருந்தாலும்,

உள்ளே அனுதினமும் அனலாய் எரிகிறேன்;

இதழ்களில் புன்னகை இருந்தாலும்,

இதயத்தின் வலியை நினைத்து கவலைக்
கொள்கிறேன்.

எதிர்ப்பாராத மாற்றங்களால்
மயங்கிப்போனேன். எனினும்,

ஒன்றை உணர்தேன்

ஏற்றுக் கொள்ள இயலாத ஏமாற்றங்கள்

நம்மை மாற்றிவிடும்

வல்லமை உடையவை என்று!

'மறந்தும் மறக்கப்படாத உண்மை'

மறைக்கப்பட்ட

உண்மைகள்,

மறுக்கப்பட்டாலும்

மறக்கப்படுவதில்லை!

'மாற்றினாலும் மாறாதவை'

வண்ணம் மாறினாலும்

வாரணம் மாறுவதில்லை

அதே போல்

வாக்கியம் மாறினாலும்

வருணனை மாறுவதில்லை!

'உணர வேண்டிய உண்மை'

எந்த ஒரு உறவாக இருந்தாலும்

அதில் புரிதல்

வலுவாக இல்லை என்றால்,

பிரிதல்

நிலையாகிவிடும்!

'வலிக்கும் மனதிற்கு வலிமையான வழிக்காட்டி'

அடர்ந்த வனமாக அமைதியாய் இருந்த
மனம் கனமானது!
ரணம் அது ஏற்க இயலாததால்,
கணம் கணம் மனம் உடைந்தது!

உடைந்த மனதிற்கள் உறுதியை
நிலை நாட்டியது, இயற்கை.
தாலாட்டி வழிகாட்டியது.

இயற்கை பல பாடங்களை தன்னுள் வைத்திருக்கிறது-
மண்ணிடம் இருக்கும் பொறுமை போற்றத்தக்கது,
விண்ணிடம் இருக்கும் நிறம் மாறினும் நிலைமாறா குணம் புகழத்தக்கது.

காற்றுக்கு உருவமில்லை என்றாலும்,

கலங்காமல் கருவிக்குள் சென்று
இசையாய் செவி மூலம் மனம் நுழைகிறது;

ஊற்றுநீர் மண்ணோடு சேர்ந்திருந்தாலும்,

வெளியே வரும்போது தூய்மையான
வடிவில் வெளிவருகிறது.

இயற்கையை ரசித்தால்

இயல்பான நிலையில்,

சிறப்பாக வாழலாம்.

'சோகம் தீர்த்த வான்மழை'

இதமாக பெய்த மழை,

இதயத்தை மகிழ்வித்து,

சொல்லாமல் வந்த சோகத்தை

நில்லாமல் கடத்திச் சென்றது!

மழையால் ஏற்பட்ட மனமாற்றம்,

கவியாய் இங்கு அரங்கேற்றம்!

'பட்டத்தோடு பட்டமாய்'

மனதில் இருக்கும் ஆசைகளை

பட்டத்தில் கட்டிப் பறக்கவிடும்

போது,

மனதும் உடன் பறக்கும்,

சுகமாக

'காலத்தின் பாதை'

என்ன வாழ்க்கை இது?

எல்லாம் முடிந்து விட்டது.

என்று, சில சமயங்களில் விரக்தி அடைந்தாலும்,

வாழ்வை வெறுத்து விடாதீர்!

வாழ்க்கை சுவாரசியமானது. அதை,

வாழ்ந்தால் மட்டுமே உணரமுடியும்.

மடிந்து போகலாம் என்றெண்ணாமல்,

விடிந்த பொழுது நமக்கானது என்றெண்ணுங்கள்

வாழ்வியலின் இரகசியம் புலப்படும்.

காத்திருக்கும் இதயத்திற்கு

காலம் என்றும் வசப்படும்.

காலம் நமக்காக விரிக்கும் பாதையை

கள்வர்களாலும் கொள்ளைக் கொள்ள இயலாது.

வாழ்க்கை அதிசயமானது
என்ன உள்ளது வாழ்வில்?
என்று எண்ணும் நேரம்
எதிர்ப்பாரா திருப்பங்களோடு
எதிர்ப்பார்திடாத திசையில்
வாழ்வு தொடர்ந்து,
வண்ணமயமாகும்!

'இதயத்தை பதம்பார்த்த துணிச்சல்'

அதிகாலை நேரம்,

ஆதவனை எதிர்ப்பார்த்திருந்தது வானம்;

குயிலோசையால் துயிலெழுந்த மங்கை,

இனம்புரியாத கவலை என்னும்
வலைக்குள் சிக்கினாள்.

அக்கவலை,

மனதை ஆட்கொண்டு

சிந்தனையைத் தட்டி அங்கும்
குடிக்கொண்டது.

சத்தமில்லாமல் மனதில் ஒரு

யுத்தத்தையும் நிகழ்த்தியது.

தளர்ந்த மனதோடு

தாமரை தனித்திருக்கும் அவ்வேளையில்,

தனிக்குருவி ஒன்று

அறைக்குள் நுழைந்து,

வழி மறந்து பதறி,

சாளரத்தில் முட்டி மோதியதும்-

சருகு சரியும் சத்தம்போல

சத்தம் பலமாக ஒலிக்கத் துவங்கியது.
எனினும்,

பாதையை பக்குவமாக

கண்டறிந்தது, அக்குருவி.

பாதையை கண்டறிந்து,

கண்ணிமைக்கும் நேரத்தில்

காற்றின் வலையை

சிறகுகளால் கிழித்து,

பறந்து சென்ற

அக்குருவியின் துணிச்சல்,
பவழமுல்லையின்

இதயத்தை பதம்பார்த்தது!

'வாழ்வோம் போராடி வாழ்வோம்'

காற்றிடம் கரிசல் காட்டிடம்

மலரிடம் மயங்கி வரும் வண்டுகளிடம்

போர்கொடித் தூக்கி, போராடி,

வாழ்வது ஒரு நாள் என்றாலும்

வாசம் வீசி வாழும் மலருக்கு இருக்கும்
சக்தி மனிதருக்கும் உண்டு என்பது

உணர்ந்த கதை என்றாலும்,

மறந்த கதையாகவே இருக்கிறது!

மலையின் நடுவில்

மண்ணை பிளந்து,

வேர் ஊன்றி வெளியே வந்து ,

துளிர்விடும் செடிகள்-

நிலத்திலிருந்து நீரை பிரித்து,

காற்றிலிருந்து கரிவளியை பிரித்து,

கதிரொளிக்கு காத்திருந்து,

கலவையாய் இவற்றை கலந்து,

கலங்காத மனம் கொண்டு

தன்னம்பிக்கையுடன் நாளும்

தான்வளரியாய் வாழும்

தாவரத்தைச் சற்று கவனிப்போம்.

தைரியத்துடன் வாழக் கற்றுக்கொள்வோம்!

'வாழ்வை ரசிப்போம் வளம் பெறுவோம்'

இதயத்தில் இருள் இருக்கும் வரை,

இமயத்தின் உயரம் தெரியாது;

கண்களில் கண்ணீர் இருக்கும் வரை,

காலத்தின் அருமை புரியாது.

மாற்றம் மனிதத் தோற்றத்தையும் மாற்றும்

மன ஏக்கத்தையும் போக்கும்

வேதனையில்லா வேடந்தாங்கலாக இருந்தால்,

வெகு தூர பயணமும் சுகமாகத் தோன்றும்;

சாதிக்க வேண்டும் என்ற துடிப்பிருந்தால்,

சலிப்பான வாழ்வும் செழிப்பாக மாறும்.

வாழ்வை ரசிக்க தொடங்கினால்,

வறுமை இருந்தாலும் வெறுமை இருக்காது;

வாழ்வை நேசிக்க தொடங்கினால்,

அறியாமை இருந்தாலும் அருவருப்பு இருக்காது.

மனம் மணம் கொண்டு இருந்தால்,

மழை நீரும் சுவை நீராகும்;

வீரத்துடன் செயல்ப்பட்டால், ஈரமான இடமும்,

கம்பீரமாக மாறிவிடும்.

பிரச்சனை இல்லாத வாழ்க்கையும் இல்லை

தீர்வு இல்லாத பிரச்சனையும் இல்லை

காயங்களை மறப்போம், கவலைகளை துறப்போம்!

கனவு கதவுகளை கலகலப்புடன் திறப்போம்!

'புன்னகையின் இரகசியம்'

புன்னகைத்து பார்

புத்துணர்வு பெறுவாய்.

புரியாத புதிரும்,

புன்னகையில் புரியும்.

பூவனம் சிரித்தால்,

புன்னைவனம் மலரும்.

பூமனம் சிரித்தால்,

புயலும் ஓய்ந்துவிடும்.

புலனாய்வு செய்தாலும்

பூரிக்க வைக்கும் பூக்களின்,

புன்னகையின் காரணம் கண்டறிய
இயலுமா?

புதுமையான எண்ணங்கள் தோன்ற

புன்னகை போதாதா?

புன்னகைக்கும் ஒவ்வொரு நொடியும்
புத்துயிர் பெறுவோம்,

புது பொலிவும் பெறுவோம்
புன்னகைக்க சூழல் தேடினால்,
புதையலே கிடைத்தாலும்
புது நகை வாரா!

'கலக்கம் மறையும் நேரம் கலகலப்பு தோன்றும்'

பனிமலை உருகிடும் நேரம்,
பதட்டத்தில் உருகிடும் யாவும்;
பயத்தை உடைத்திடும் நேரம்,
கடல் நீரும் உறைந்து போகும்;
கவலைகள் கரைந்திடும் நேரம்,
காற்றில் வலம் வர தோன்றும்.

'பக்குவப்பட்டு செயல்படு'

மனதில் தோன்றும்

காயம் எல்லாம்

மறைந்துப் போகும்

சில நாளில்.

கவலை மறந்து

நீ இருந்தால்

கனவை வெல்வாய்

உன் வாழ்வில்!

உள்ளத்தில் உறுதியை உருவாக்கி,

நினைத்த குறிக்கோளை நெஞ்சில்
நிலையாக்கி,

வெற்றிக்கொள்ள முற்பட்டால்,

முட்பாதையும் முல்லை வனமாகும்.

பக்குவமாய் செயல்பட்டால்,

பார்க்கும் திசையில் எல்லாம் ஒளி
தெரியும்;

பொறுமையாய் செயல்பட்டால்,
பௌர்ணமி நிலவும்
பாதைக்கு ஒளி வீசித் துணை நிற்கும்.

வாசல் விட்டு வந்தால்,
வானம் வசமாகும்,
வசந்தம் வருகை தரும்;
நேசம் கொண்டு முயற்ச்சித்தால்,
நினைத்ததெல்லாம் நெருங்கி வரும்.

' அறவணைப்போம் அரும்புகளை'

வஞ்சகர்களின் நெஞ்சில் ஈரம்

தஞ்சம் கொண்டால், குழந்தைகள்

அஞ்சி வளரக்கூடிய நிலை

என்றும் உருவாகாது! அன்று-

நஞ்சிலிருந்து மீண்ட பிஞ்சு விரல்கள்,

இன்று,

நயவஞ்சகர்களின் பிடியில்

சிக்கித் தவிக்கிறதே!

சிறிது மனித மாண்புடன் நடந்து கொள்வோம்!

ஆண்டுக்கு ஆண்டு அளவற்று

அதிகரிக்கிறது துயரக் கதைகள்!

பால் மணம் வீசும் பச்சிளங்குழந்தைகள்

பால்குடி மறக்கும் முன்பே,

புண்பட்டு இறந்து போகும் நிலை மாற வேண்டும்.

பகுத்தறிவை நிலை நிறுத்தி,

பாலியல் வன்கொடுமைகளைத்
தடுப்போம்.

மனித இனத்தின் அங்கமான

மனிதநேயம் மறைந்து போகவில்லை,

ஆனால், மறந்து விட்டோம்.

குழந்தை இழப்பின் துன்பம்

கொடியது!

அலட்சியம் வேண்டாம்.

குழந்தைகளை அறவணைப்போம்!

அரும்புகள் வளம்பெறச் செய்வோம்!

'அவை வாழ வழி செய்வோம்'

மண்ணோடு ஒன்றாகி,

காற்றோடு சேர்ந்தாடி,

மழையோடு விளையாடி,

இலைவிரித்த மரங்கன்று காத்திருக்கிறது-

நாளைய தலைமுறையின் கனவுகளுக்கு,

தோரணமாக உருவெடுக்க!

நம் சந்ததியினரை வாழவைக்க

வாழ்நாள் முழுவதும் வாசம் வீசும்
மரஞ்செடிகளை,

சற்றும் சிந்தித்திடாமல்

குற்றம் இழைத்தவரை

முற்றும் வெறுத்து

தண்டிப்பது போல

வெட்டி சாய்கிறோம்!

மரஞ்செடி கொடிகளிலும் உயிர் இருப்பதை

மனதார உணர்வோம்.

அவை வாழ வழி செய்வோம்!

'துரும்பாகும் துயரம்'

கடல் அலையே திரண்டு வந்து

தடையிட்டாலும், எதிர்த்து நில்.

துணிந்து நின்றால் எத்தகைய

துயரமும் துரும்பாய் மாறிவிடும்.

உள்ளுணர்விற்கு செவிசாய்த்து

உள்ளத்தை சாட்சி நிறுத்திச்
செயல்பட்டால்,

வாகை சூடுவாய்!

கனவை துரத்த வேண்டுமென்று முடிவு
செய்து விட்டால்,

காற்றிலும் வழி பிறக்கும்!

களைப்பூட்டும் பயணமானாலும்

நடைப்போட்டு செல், வெற்றி அடைய,

நினைத்த இலக்கை

நெஞ்சில் சுமந்துக்கொண்டு!

உலகம் என்ன நினைக்கும்

என்றெண்ணாமல்

உள்ளதிற்கு சரி என்று தோன்றினால்

உறுதியோடு போராடு.

அச்சம் தவிர்த்து லட்சியத்தை
நிறைவேற்றிக்கொள்ள

சரியான வழியில் செல்பவனுக்கு, எல்லாம்
ஜெயமே!

'எல்லாம் பெண்ணே உன்னாலே!'

நீ தரையில் முளைத்த

தாரகையா?

தண்ணீரில் முளைத்த தாமரையா?

எதுவென்று புரியாமல்,

என் எதிர்காலம் தெரியாமல்,

மயங்கி போனேன்.

இது எல்லாம் பெண்ணே உன்னாலே!

விழி முழுக்க உன் ஞாபகம்,

வழி முழுக்க உன் கீர்த்தனம்;

மொழி முழுக்க உன் காவியம்,

எழிலன் மனமுழுக்க உன் வாக்கியம்.

உன்னை கண்டால் உறைந்து போகிறேன்

தன்னை மறந்த நிலையில் தனித்து நிற்கிறேன்.

விரும்பிப் பார்க்க வேண்டாம் என்று விலகிச் செல்கிறேன்.

எனினும், மறுகனமே அதை மறந்து,
திரும்பி விடுகிறேன், உன் திசை நோக்கி.
செயல் மறந்து தவித்து நிற்கிறேன்!

தீராத காதல் தீயாய் மாறி,
மரபணுக்குள் பயணம் செய்து,
பேரலையை உருவாக்குகிறது.
உன்னால் உள்ளம் மாறி,
உனக்காக உயிர் வாழ்கிறேன்!

கயல்விழியே, கண்ணிமைக்காமல்
கற்பனையில் மிதக்கிறேன்
கனியிசையே, உன்னை நினைத்து!

' காவியத்தில் கரைந்தாள் கார்குழலி'

கவியரசனே! உன் காப்பியத்தில் கார்குழலி கரைந்துவிட்டாள்

சொல்லின் செல்வனே, உன் சொல் வளத்தில்

கன்னிகை காலம் மறந்து திகைத்து நிற்கிறாள்.

செங்கோல் ஆட்சிக்கு சிலிர்த்திடாத செங்கொடி, உன் செவ்விலக்கிய மொழி வளத்தில்

செல்லும் வழி மறந்து நிற்கிறாள்.

கயல்வீரனே!

நீ இயற்றும் இலக்கிய இயலில்

காரணமாக இருக்க வேண்டுமென்று இல்லை,

காகிதமாக இருந்தாலே போதும்;

இதயம் மெய்மறக்கும்.

'எதிர்ப்பார்த்து காத்திருக்கும் இதயம்'

மாலை நேரத்தில், மழை வரும் காலத்தில்,
மனதுக்குள் நுழைந்த மங்கையே!
வானின் ஓரத்தில் காதல் மேகத்தில்,
தெரிவது எல்லாம் உந்தன் முகமே!

வெள்ளி நிலவும், வெண்பனிச் சாரலும்,
புள்ளி மானும் பூக்கும் பூவும்,
தரையோடு ஓடும் ஓடையும்,
கரையோடு சேர்ந்து விளையாடும்
அலைகளும், உன் நினைவுகளையே
அள்ளி வருகின்றன!

நீ அருகில் இருக்கும் போது
உன் கை விரல் பிடிக்க நினைத்தேன்.
நீ தொலைவில் சென்றதும்,
உலகையே உள்ளங்கையில் கொண்டு

வந்து

உன்னை அதில் காண நினைத்தேன்.

மகிழமரம் மனதை மணம் கொண்டு
மகிழ்விப்பதை போல

நீ குணம் கொண்டு மனதை

மகிழ்வித்து, இடம்பெயர்ந்தாய்!

கருவிழிகளை கட்டியிழுக்கும் உன்

கலை முகத்தில் மலர்ந்த நான், உன்

செவ்விதழ் சிரிப்பில்

சிதறிப் போனேன்.

இளங்காற்று வீசும் பொழுதெல்லாம்

உன் நினைவுகள் என்னை

உரசிச் செல்கின்றன.

காத்திருக்கிறேன், உன் வருகையை

எதிர்ப்பார்த்து!

'என்னவளை சுற்றும் எண்ண அலைகள்'

வானம்
போர்த்திய போர்வை
மந்தகாசமாய் இருந்தும்,
கண்கள் உறங்க மறுக்கின்றன
எண்ணமெல்லாம் என்னவளை
எண்ண வைக்கிறது.

என்னவென்று வருணிப்பேன் என்னவளை?
வீசும் காற்றில் அவள் இளந்தென்றல்,
நீர்வாழ் உயிரினங்களில் அவள் கயல்;
இசையில் அவள் இசைவாணி,
இசைக்கருவியில் அவள் யாழினி;
நதிகளில் அவள் கங்கை,
பூக்களில் அவள் நன்முகை.

நினைத்து நினைத்து நெகிழ்கிறேன்,

நித்தம் நித்தம் உவகை கொள்கிறேன்.
இதயம் என்னிடம் யுத்தம் செய்கிறது
இளையராணியை காண முறையிட்டு.

'கண்களின் ஆற்றல்'

கண்களுக்கும் பேசும் ஆற்றல் உண்டு
என்பதை உன்னை
கண்ட பின்பு தான்
உணர்ந்தேன்.

உன்னைக் கண்டதும் உள்ளம் நுழைந்தாய்,
உள்ளே வந்ததும் உணர்வில் கலந்தாய்.
நேரம் தெரியாமல் நெடுங்காலம்,
நித்திரையில்லாமல் வெகுநேரம்,
வாழ்கிறேன்!
உன் நினைவில் நனைந்து!

கவிதை தாள் தண்ணீரில் கரைய,
கனவுகள் கண்ணீரில் கலைய,
காயப்பட்டது மட்டும் ஆறவில்லை
காதலும் மாறவில்லை.

விரைந்து செல்லும் ரயில்

வெகுதூரம் சென்றாலும்

ரயில் பாதையைப் பார்த்தப்படி இருக்கும்,
கண்கள்.

அதுபோல, என் கண்களும்
காத்திருக்கின்றன-

உன் உறவில் உறைந்திட,

உன் திசை பார்த்தபடி.

' என்னுள் வசிக்கும் என்னவளே!

நகராத நிமிடங்களை
நகர்த்துகின்றன,
உன் நினைவலைகள்
அசராத இதயத்தை
அதிர வைக்கின்றன,
உன் பிரசங்க அலைகள்.

நெல்லுக்குள் பயிர் போல,
சொல்லுக்குள் அர்த்தம் போல,
சிப்பிக்குள் முத்து போல,
முற்பொழுதும் என் நினைவில்
வசிக்கிறாய்.

வீணையோடு இருக்கும் நரம்பு போல,
விண்ணோடு இருக்கும் வெண்மதி போல;
குருதியோடு இருக்கும் அணுக்கள் போல,

குறையாத அன்போடு சேர்ந்தே
இருப்போம்!

உறுதியுடன், இறுதிவரை.

'மங்காத மன ஆசைகள்'

காதல்
இதயத்தில் குடிக் கொண்டால்,
கண்களுக்கு துயில் இருக்காது;
கனவுகளுக்கு முடிவு இருக்காது.

ஆசைகள் பல இருக்கு,
அரங்கேற்ற வழியில்லை;
சேதிகள் சில இருக்கு,
தூது செல்ல யாருமில்லை.

உன்னை எண்ணிய நெஞ்சில்
ஆவல் அதிகரிக்கிறது!

உன் பாதம் பட்டப் பக்கம்,
நான் கால் பதிக்க வேண்டும்;
உன் குரல் கேட்கும்போது,
நான் அதை மொழிப்பெயர்க்க வேண்டும்;

நீ வாசம் வீசும்போது,

பூக்களை உறங்க சொல்ல வேண்டும்.
இப்படி,

பல ஆசைகள் இருக்கு.

உன் பாடலில் பல்லவியாகி,

உன் இசையில் சந்தமாகி,

சொர்கம் காண வேண்டும்.

'தலைவியின் ஏக்கம்'

அந்திகையை அன்பில் கவர்ந்த

அதிகனே,

யாழ்மீட்டோள் ஆழ்மனதை கொள்ளைக்
கொண்ட யாழ்வேந்தனே,

கனவில் இருந்து கற்பனையை பிரித்து,

கண்களில் இருந்து துயிலை பிரித்து,

மௌனத்தில் இருந்து மொழியை பிரித்து,

பிறைநிலவில் பிரளயம் ஏற்படுத்திய

எழில்வாணனே,

காயங்களுக்கு மருந்தாக வருவாய் என்று
எண்ணியிருந்தாள், தலைவி.

ஆனால், நீயோ காரணங்களின்

தோரணமாய் வந்து நின்றாய்

அவள் உள்ளம் உடைந்து போயிற்றே!

தடம் அறியாது

தமிழ்விழி தயங்கி நிற்கிறாள்.

விலகிச் சென்று துயரம் இழைத்தாய்!

கமழினி கலங்கி நிற்கிறாள்.

எல்லோனே, விரைந்திடு

எழிலரசி ஏக்கம் கொண்டிருக்கிறாள்!

'களம் இறங்கிய காளை'

கண்களுக்கு பாளமிட்டு
காதல் மொழி பொழிந்து
கண்மணியை வென்ற கதாநாயகன்-
களம் இறங்கியதும்,
களமே அமர்க்களமானது.

நிலத்தகையன்,
நிலத்தில் கால் பதிக்க,
நிலம் அதிர்வடைந்தது;
கரங்களில் பந்தை பிடிக்க,
கரவீரத்துக்கு பயந்த பந்து
நழுவிட முற்ப்பட்டது.

கடிவாளம் இல்லா குதிரை போல, தீரன்
களத்தை சுற்றிவர,
சுற்றியிருந்த கவழிகையும் அவிழ்ந்தது;
இதனை கவனித்த கருடன் ஆகாயத்தில்

வட்டமிட,

ஈரக்காற்று கவனமாக அங்குமிங்கும் வலம்வர,

இளங்கன்னியின் இதயம் படபடத்தது.

மன்னவனின் திறனை சோதிக்க வருணன் மழைப்பொழிய,

மறவோன் காளையை போல சீறி விளையாடிய அதிர்வில்,

மண்ணை முத்தமிட இருந்த

மழைத்துளிகளும் சிதறி போயின.

'இதயம் கேட்க
நினைத்த வரம்'

திகட்டிடாத பரிவோடு என்னை
திகைக்க வைத்த என்னவள், என்னை
நயந்திட மட்டுமின்றி என் நாட்களை
நகர்த்திடவும் வைத்தாள்.

என்றும் தீபம் போல
பிராகாசிக்கும் என் காரிகையின்
கண்கள்,
ஒரு நாள் கலங்கக் கண்டேன்
பிரமித்து நின்றேன்.
நங்கையின் கண்களுக்குள் பிரம்மன்,
நதியை ஒளித்து வைத்தானோ, என்று!

தொலைதூரம் சென்றுவிட்டாள் எனினும்,
தோகையின் நினைவுகள் மட்டும்
தொடர்வதை நிறுத்தவில்லை.

என்னுள் வசிக்கும்

கோதையின் குறுநகை இதயத்தைக்

கொள்ளைக் கொண்டு

நடுக்கத்தை ஏற்படுத்துகிறது!

இறைவனிடம் வரம் கேட்க
எண்ணியிருந்தேன். என்,

இதயத்துடிப்பு நிற்கும் அக்கணம்,

இறுதியாய் நான் இமைகள் மூடும்
அத்தருணம், என்

கண்களுக்குள் பதியும்

கடைசி முகம்,

என்னவளின் முகமாக இருக்க வேண்டும்,
என்று!

ஆனால்,

காலம் அதை சற்று மாற்றி

இளம்பிடி இமைமூட

என்னை எதிர்நிற்கச் செய்தது.

உடைந்து போனேன்

உணர்வற்று நின்றேன்.

இடது கண் சிந்திய முதல் துளி

அவள் பொன் முகத்தில் விழ, அன்று

நிகழ்ந்த வேறெதுவும்

இந்த நொடி வரை என்

நினைவில் இல்லை!

'கலைமகனின் காதல் மொழி'

முழு மதி நிலவே, முழுவதும் அழகே!

மூங்கிற்கீற்றின் உள்ளே இருக்கும்

மூன்று பறவை அழகே!

வான்மழை அழகே,

வண்ணம் கொண்டவளே,

வாசம் கொண்டு நேசம் சொல்லும்

பூவிதழும் அழகே!

உன் அழகை வருணிக்க வார்த்தைகள் இல்லை,

என் காதலை தெரிவிக்க கவிதைகளும் இல்லை.

தெரியாதா என் மனம் உனக்கு?

புரியாதா என் மனக்கணக்கு?

நெஞ்சம் திறந்து பார்

உன் உள்ளே நான் இல்லையா?

கண்கள் திறந்து பார்

உன் கனவிலும் நான் இல்லையா?

நீ சட்டென்று பார்த்த பார்வையில்

பட்டென்று விழுந்தேனே!

விட்டுவிடு **என்று** சொன்னாயே

விடமுடியாது பெண்ணே!

உன்மேல் காதல் நீங்காததால்,

என **நெஞ்சம் ஏங்குதடி**,

கண்ணீரில் கண்கள் வீங்குதடி.

என் மனதில் பூத்த பூவாலே

காதலை தெரிவிக்கிறேன்

உன் பதிலை எதிர்ப்பார்த்து

கவலையை தழுவுகிறேன்!

www.ingramcontent.com/pod-product-compliance
Lightning Source LLC
LaVergne TN
LVHW060416051026
849518LV00007B/2567

* 9 7 8 8 1 9 4 7 7 1 4 6 3 *